AF206795

Impressum
Verlag: BABADADA GmbH, Nedderfeld 112 , 22529 Hamburg
Geschäftsführer / Verlagsleitung: Harald Hof
Druck: Books on Demand GmbH, In de Tarpen 42, 22848 Norderstedt

Imprint
Publisher: BABADADA GmbH, Nedderfeld 112 , 22529 Hamburg, Germany
Managing Director / Publishing direction: Harald Hof
Print: Books on Demand GmbH, In de Tarpen 42, 22848 Norderstedt, Germany

# школа

## trường học

класна кімната
phòng học

ділити
chia

186/2

дошка
bảng viết

шкільний двір
sân trường

вчитель
giáo viên

папір
giấy

писати
viết

ручка
cây bút

письмовий стіл
bàn làm việc

лінійка
cây thước

книга
sách

учень
học sinh

ранець

cặp đeo vai học sinh

пенал

hộp đựng bút

олівець

bút chì

точило

cái gọt bút chì

гумка

cục tẩy

альбом для малювання

tập giấy vẽ

малюнок

bản vẽ

пензель

cọ vẽ

коробка фарб

hộp mực vẽ

ножиці

cây kéo

клей

keo dán

зошит

sách bài tập

домашнє завдання

bài tập ở nhà

число

số

додавати

cộng

віднімати

trừ

множити

nhân

рахувати

tính toán

літера

chữ cái

абетка

bảng chữ cái

слово

từ

текст

văn bản

читати

đọc

крейда

phấn viết

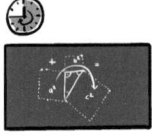

година

bài học

класний журнал

sổ lớp

екзамен

thi kiểm tra

диплом

chứng chỉ

шкільна форма

đồng phục học sinh

освіта

giáo dục

лексикон

từ điển bách khoa

університет

đại học

мікроскоп

kính hiển vi

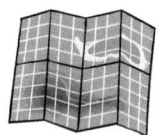

карта

bản đồ

кошик для паперу

thùng rác giấy

готель
khách sạn

*Grand*

турбаза
nhà trọ

ROOMS

обмінний пункт
quầy đổi tiền

EXCHANGE

валіза
va li

автомобіль
xe ô tô

мова

ngôn ngữ

так / ні

có / không

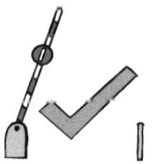

добре

ô kê

привіт

Xin chào

перекладач

thông dịch viên

дякую

cám ơn

**Скільки коштує ...?**

... bao nhiêu tiền?

**Я не розумію**

tôi không hiểu

**проблема**

vấn đề

**Добрий вечір!**

Xin chào! (buổi tối)

**Доброго ранку!**

xin chào! (buổi sáng)

**На добраніч!**

chúc ngủ ngon!

**До побачення**

tạm biệt

**напрямок**

hướng đi

**багаж**

hành lý

**сумка**

túi xách

**рюкзак**

túi ba lô

**гість**

khách

**кімната**

phòng

**спальний мішок**

túi ngủ

**намет**

lều

туристична інформація

thông tin du lịch

пляж

bãi biển

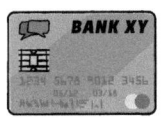

кредитна картка

thẻ tín dụng

сніданок

ăn sáng

обід

ăn trưa

вечеря

ăn tối

квиток

vé xe

ліфт

thang máy

поштова марка

tem bưu điện

межа

biên giới

митниця

hải quan

посольство

đại sứ quán

віза

thị thực

паспорт

hộ chiếu

# транспорт

# vận chuyển

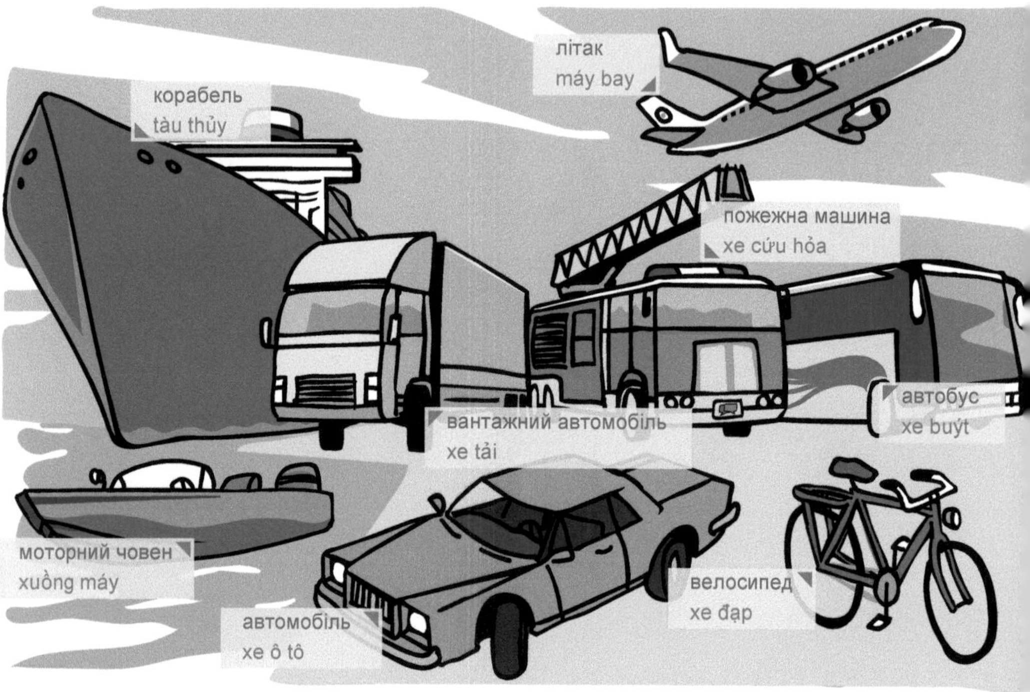

літак
máy bay
корабель
tàu thủy
пожежна машина
xe cứu hỏa
автобус
xe buýt
вантажний автомобіль
xe tải
моторний човен
xuồng máy
велосипед
xe đạp
автомобіль
xe ô tô


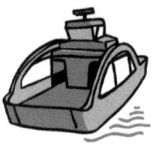

пором

phà

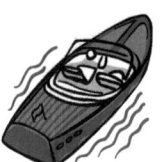

човен

xuồng

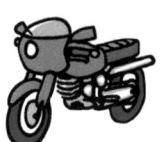

мотоцикл

xe máy

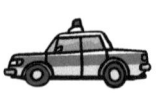

поліцейська машина

xe cảnh sát

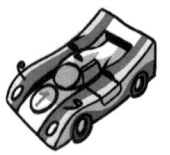

гоночний автомобіль

xe đua

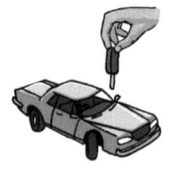

автомобіль на прокат

xe cho thuê

спільне користування авто

dịch vụ thuê xe tự lái

евакуатор

xe kéo cứu hộ

сміттєвоз

xe rác

двигун

động cơ

паливо

xăng

автозаправна станція

trạm xăng

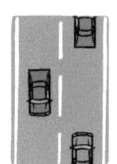

дорожній знак

biển báo giao thông

рух

giao thông

затор

ách tắc giao thông

стоянка

bãi đậu xe

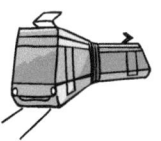

вокзал

nhà ga

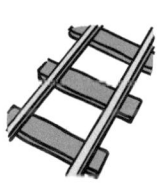

рейки

đường ray

потяг

xe lửa

трамвай

tàu điện

вагон

toa xe

гелікоптер

máy bay trực thăng

аеропорт

sân bay

вежа

tháp

пасажир

hành khách

контейнер

côngtenơ

коробка

thùng các-tông

візок

xe đẩy

кошик

cái giỏ

стартувати / приземлятися

cất cánh / hạ cánh

## місто

## thành phố

село

làng

центр міста

trung tâm thành phố

дім

nhà

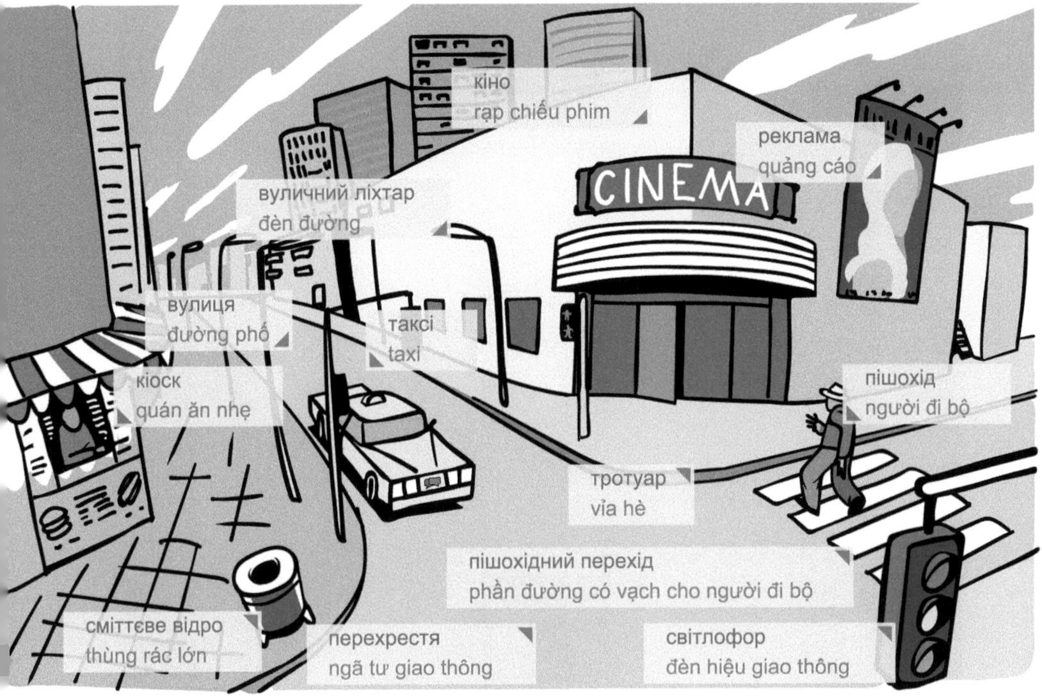

кіно
rạp chiếu phim
реклама
quảng cáo
вуличний ліхтар
đèn đường
CINEMA
вулиця
đường phố
таксі
taxi
кіоск
quán ăn nhẹ
пішохід
người đi bộ
тротуар
vỉa hè
пішохідний перехід
phần đường có vạch cho người đi bộ
сміттєве відро
thùng rác lớn
перехрестя
ngã tư giao thông
світлофор
đèn hiệu giao thông

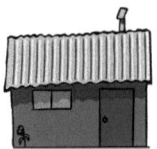

хатина

nhà chòi

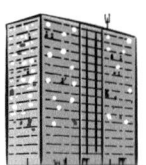

квартира

căn hộ

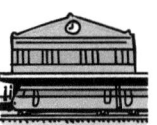

вокзал

nhà ga

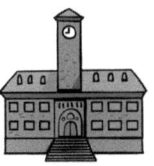

ратуша

tòa thị chính

MUSEUM

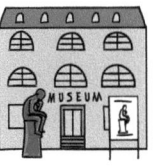

музей

viện bảo tàng

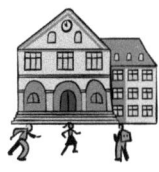

школа

trường học

університет

đại học

банк

ngân hàng

лікарня

bệnh viện

готель

khách sạn

аптека

hiệu thuốc

офіс

văn phòng

книжковий магазин

hiệu sách

магазин

cửa hiệu

квітковий магазин

cửa hiệu bán hoa

супермаркет

siêu thị

ринок

chợ

універмаг

cửa hàng bách hóa

торговець рибою

người bán cá

торговельний центр

trung tâm mua bán

гавань

bến cảng

парк

công viên

лава

ghế băng

міст

cầu

сходи

cầu thang

метро

tàu điện ngầm

тунель

đường hầm

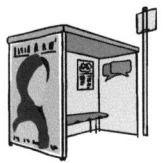

автобусна зупинка

trạm xe buýt

бар

quán bar

ресторан

khách sạn

поштова скринька

hòm thư công cộng

вулична табличка

bảng hiệu đường

лічильник паркування

đồng hồ đậu xe

зоопарк

vườn bách thú

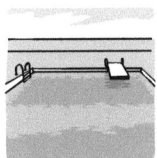

басейн

bể bơi

мечеть

nhà thờ Hồi giáo

ферма

nông trại

забруднення
навколишнього
середовища
ô nhiễm môi trường

кладовище

nghĩa trang

церква

nhà thờ

дитячий майданчик

sân chơi

храм

ngôi đền

## ландшафт
## phong cảnh

листок
lá cây

вказівний стовп
bảng chỉ đường

шлях
lối đi

луг
bãi cỏ

камінь
hòn đá

мандрівник
người đi bộ đường dài

дерево
cây

річка
sông

трава
cỏ

квітка
bông hoa

долина

thung lũng

гора

đồi

озеро

hồ nước

ліс

rừng

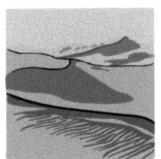

пустеля

sa mạc

вулкан

núi lửa

замок

lâu đài

веселка

cầu vồng

гриб

nấm

пальма

cây cọ

комар

con muỗi

муха

con ruồi

мурашка

con kiến

бджола

con ong

павук

con nhện

жук

бọ cánh cứng

жаба

con ếch

вивірка

con sóc

їжак

con nhím

заєць

con thỏ

сова

con cú

птах

con chim

лебідь

thiên nga

кабан

heo rừng

олень

con hươu

лось

nai sừng tấm

гребля

đê

вітряк

tuabin gió

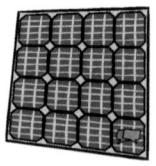

сонячний модуль

tấm năng lượng mặt trời

клімат

khí hậu

# ресторан
# khách sạn

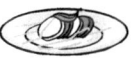

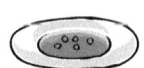

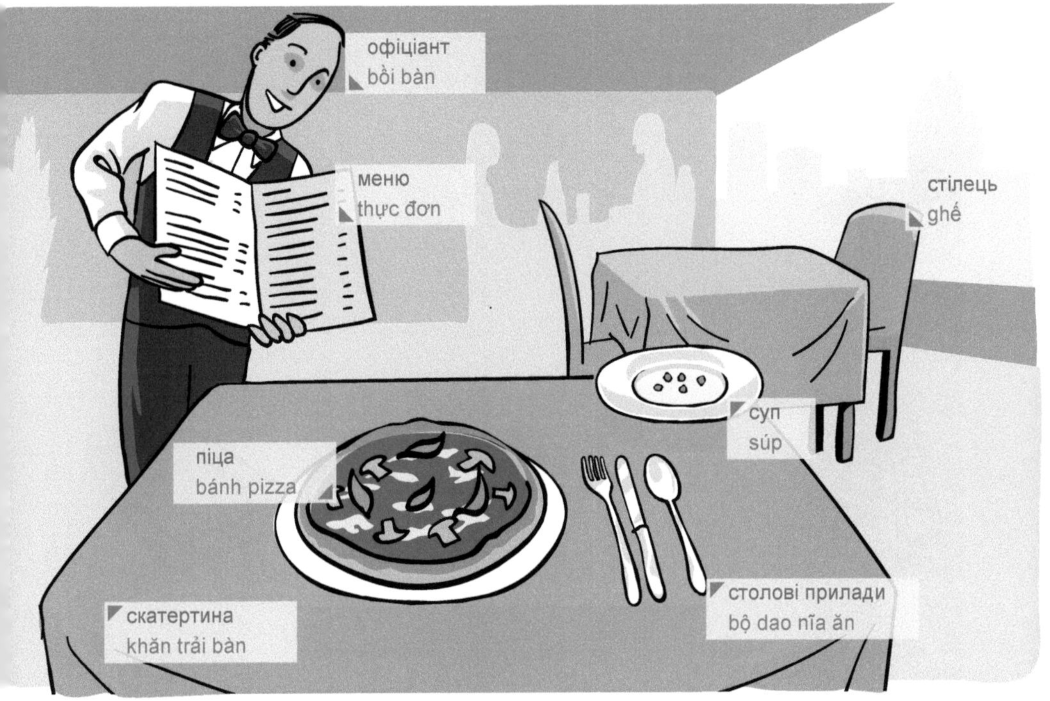

офіціант
bồi bàn
меню
thực đơn
стілець
ghế
суп
súp
піца
bánh pizza
столові прилади
bộ dao nĩa ăn
скатертина
khăn trải bàn


закуска

món ăn khai vị

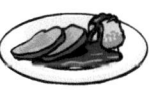

друга страва

món ăn chính

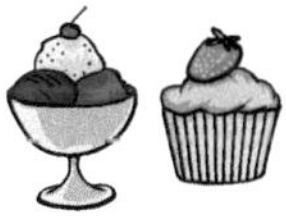

десерт

món tráng miệng

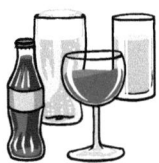

напої

thức uống

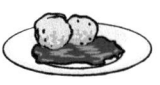

їжа

thức ăn

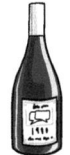

пляшка

cái chai

**фаст-фуд**

thức ăn nhanh

**вулична їжа**

thức ăn đường phố

**чайник**

ấm trà

**цукорниця**

hộp đường

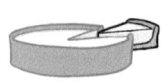

**порція**

khẩu phần

**еспресо-машина**

máy pha espresso

**високий стільчик**

ghế cao

**рахунок**

hóa đơn

**піднос**

khay

**ніж**

dao

**вилка**

nĩa

**ложка**

thìa

**чайна ложка**

thìa uống trà

**серветка**

khăn ăn

**склянка**

cốc thủy tinh

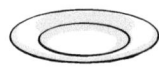

тарілка

đĩa

тарілка для супу

đĩa súp

блюдце

đĩa lót cốc

соус

nước sốt

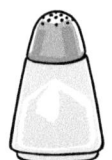

солонка

lọ muối

млин для перцю

cái xay tiêu

оцет

giấm

масло

dầu

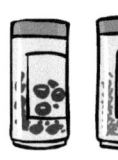

спеції

gia vị

кетчуп

nước xốt cà chua

гірчиця

tương hạt cải

майонез

nước sốt mayonnaise

# супермаркет
## siêu thị

пропозиція
chào giá đặc biệt
FOR
клієнт
khách hàng
молочні продукти
sản phẩm từ sữa
фрукти
trái cây
візок для покупок
xe đẩy mua sắm

BUTCHERS

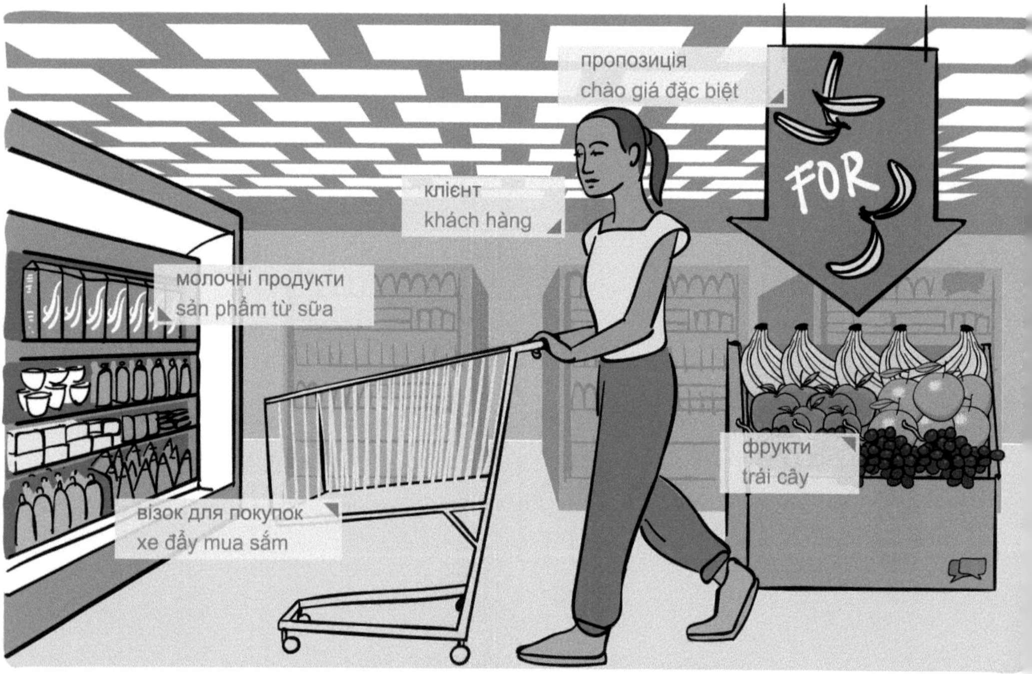

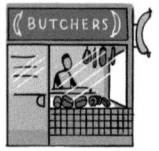

м'ясний магазин

lò mổ

BAKERY

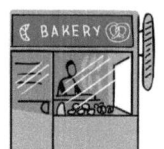

пекарня

cửa hiệu bán bánh mì

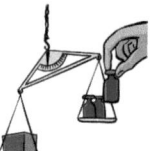

зважувати

cân nặng

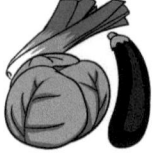

овочі

rau quả

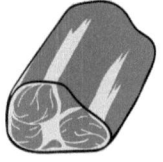

м'ясо

thịt

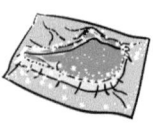

заморожені продукти

thức ăn đông lạnh

ковбасна нарізка

lát thịt nguội

консерви

đồ hộp

пральний порошок

bột giặt

солодощі

đồ ngọt

предмети домашнього побуту

sản phẩm dùng trong gia đình

мийний засіб

chất tẩy rửa

продавщиця

người bán hàng

каса

quầy trả tiền

касир

nhân viên thu ngân

список покупок

danh sách mua sắm

часи роботи

giờ mở cửa

гаманець

ví tiền

кредитна картка

thẻ tín dụng

сумка

túi đeo

поліетиленовий пакет

túi ny lông

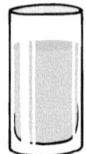

вода

nước

сік

nước quả ép

молоко

sữa

кола

coca-cola

вино

rượu vang

пиво

bia

алкоголь

cồn

какао

cacao

чай

trà

кава

cà phê

еспресо

espresso

капучіно

cappuccino

банан

chuối

яблуко

quả táo

апельсин

quả cam

кавун

dưa hấu

лимон

chanh

морква

cà rốt

часник

tỏi

бамбук

tre

цибуля

củ hành

гриб

nấm

горішки

hạt dẻ

локшина

mì

спагеті

мì spaghetti

рис

cơm

салат

xà lách

картопля фрі

khoai tây chiên

смажена картопля

khoai tây chiên

піца

bánh pizza

гамбургер

bánh hamburger

бутерброд

bánh mì sandwich

шніцель

thịt côtlet

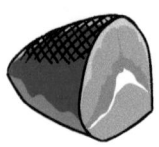

шинка

thịt giăm bông

салямі

xúc xích

ковбаса

dồi

курка

gà

печеня

rán

риба

cá

вівсяні пластівці

cháo yến mạch

мюслі

cháo muesli

кукурудзяні пластівці

bánh bột ngô nướng

борошно

bột mì

круасан

bánh sừng bò

булочка

bánh mì

хліб

bánh mì

тостовий хліб

bánh mì nướng

печиво

bánh bích quy

масло

bơ

сир

sữa đông

пиріг

bánh ngọt

яйце

trứng

яєчня

trứng rán

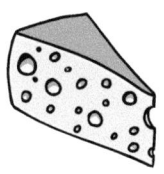

сир

pho mát

морозиво

kem

цукор

đường

мед

mật ong

мармелад

mứt

нуга-крем

kem nougat

карі

cà ri

# ферма
# nông trại

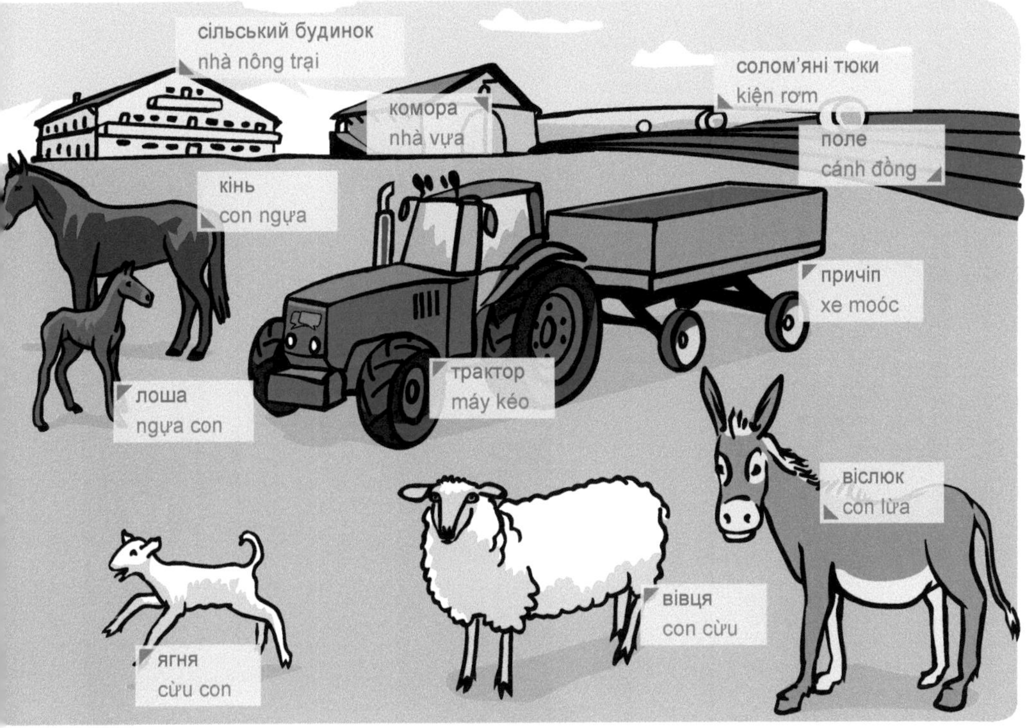

сільський будинок
nhà nông trại
солом'яні тюки
kiện rơm
комора
nhà vựa
поле
cánh đồng
кінь
con ngựa
причіп
xe moóc
трактор
máy kéo
лоша
ngựa con
віслюк
con lừa
вівця
con cừu
ягня
cừu con


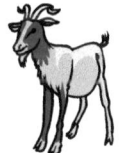

коза

con dê

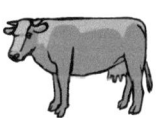

корова

con bò

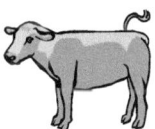

теля

con bê

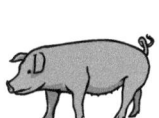

свиня

con lợn

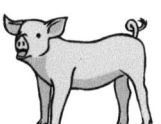

порося

lợn con

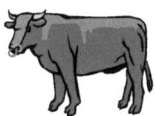

бик

bò đực

гусак

con ngỗng

качка

con vịt

курча

gà con

курка

gà mái

півень

gà trống

щур

con chuột

кіт

mèo

миша

chuột nhắt

віл

bò đực

собака

con chó

собача будка

nhà chuồng chó

садовий шланг

ống tưới vườn cây

лійка

thùng tưới cây

коса

lưỡi hái

плуг

cái cày

**серп**

cái liềm

**мотика**

cái cuốc

**вила**

cái chĩa

**сокира**

cái rìu

**тачка**

xe cút kít

**корито**

máng ăn

**бідон молока**

lọ sữa

**мішок**

bao tải

**паркан**

hàng rào

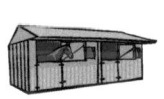

**хлів**

chuồng

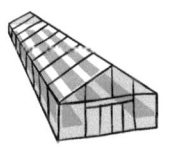

**теплиця**

nhà kính trồng cây

**ґрунт**

đất trồng

**насіння**

hạt giống

**добриво**

phân bón

**комбайн**

máy gặt đập liên hợp

пожинати

thu hoạch

урожай

mùa thu hoạch

корінь ямсу

khoai lang

пшениця

lúa mì

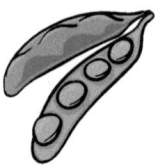

соя

đậu nành

картопля

khoai tây

кукурудза

ngô

ріпак

hạt cải dầu

плодове дерево

cây ăn trái

маніок

sắn

злаки

ngũ cốc

ферма - nông trại

димохід
ống khói

дах
mái nhà

водостічний лоток
ống máng nước mưa

вікно
cửa sổ

гараж
ga ra

дзвінок
chuông cửa

двері
cửa

відро для сміття
thùng rác

поштова скринька
hòm thư

сад
vườn

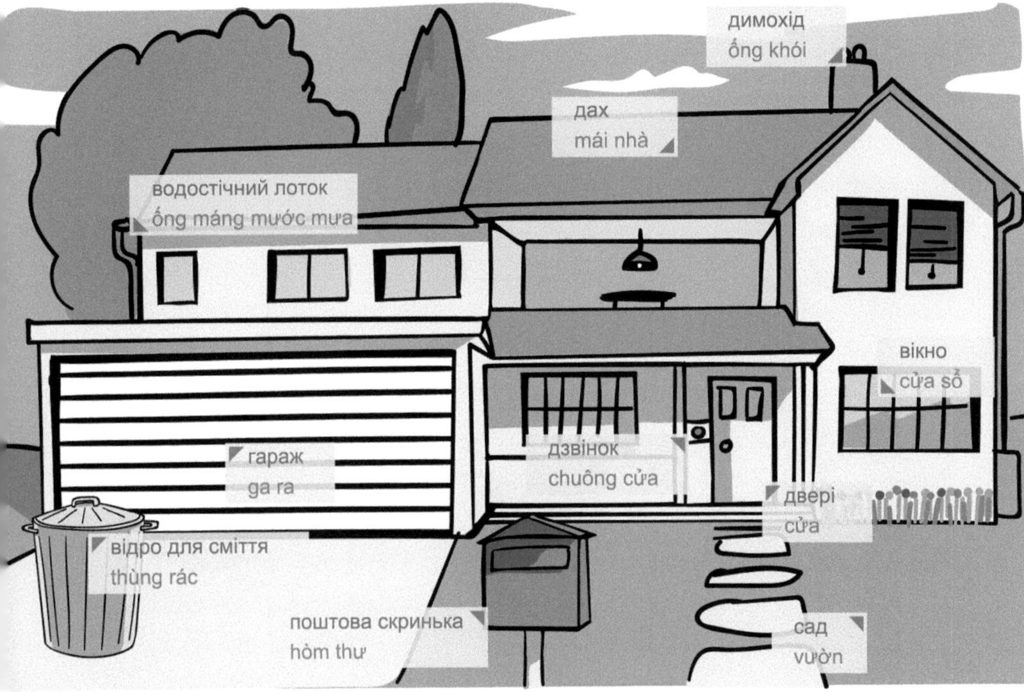

вітальня
phòng khách

ванна кімната
phòng tắm

кухня
bếp

спальня
phòng ngủ

дитяча кімната
phòng trẻ em

їдальня
phòng ăn

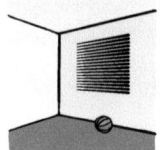

підлога

нền nhà

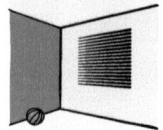

стіна

tường

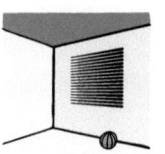

стеля

trần nhà

підвал

tầng hầm

сауна

tắm hơi

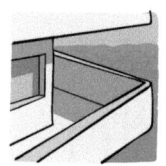

балкон

ban công

тераса

sân hiên

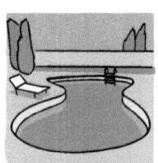

басейн

bể bơi

косарка

máy cắt cỏ

простирало

khăn trải giường

ковдра

khăn trải giường

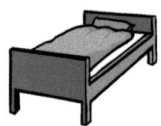

ліжко

giường

мітла

chổi

відро

cái xô

перемикач

công tắc điện

# вітальня
# phòng khách

шпалери
giấy dán tường
малюнок
hình ảnh
лампа
đèn
поличка
cái kệ
шафа
tủ
телевізор
ti vi
камін
lò sưởi
квітка
bông hoa
подушка
gối
диван
ghế sofa
ваза
bình hoa
пульт
điều khiển từ xa

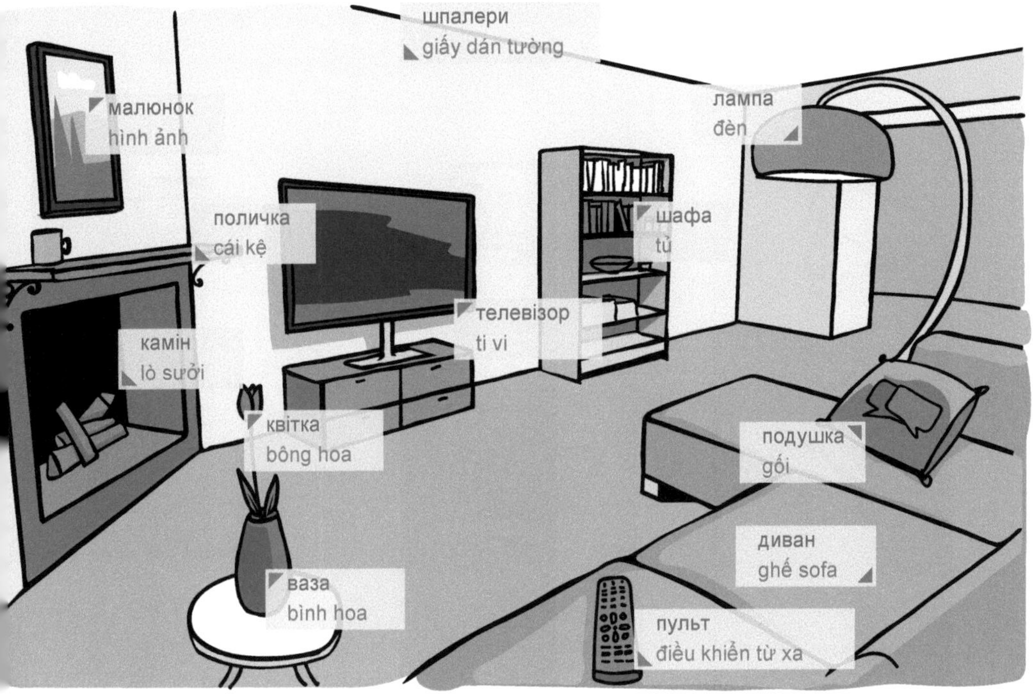

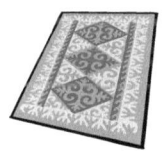

килим

thảm

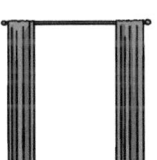

завіса

rèm

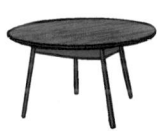

стіл

cái bàn

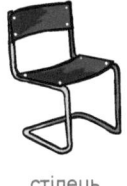

стілець

ghế

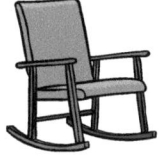

крісло-гойдалка

ghế bập bênh

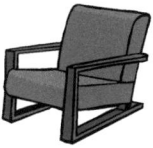

крісло

ghế bành

книга
sách

ковдра
cái chăn

прикраса
đồ trang trí

дрова
củi

фільм
phim

стереосистема
máy hi-fi

ключ
chìa khóa

газета
báo

картина
bức tranh

плакат
áp phích

радіо
radio

блокнот
sổ ghi chép

пилосос
máy hút bụi

кактус
cây xương rồng

свічка
cây nến

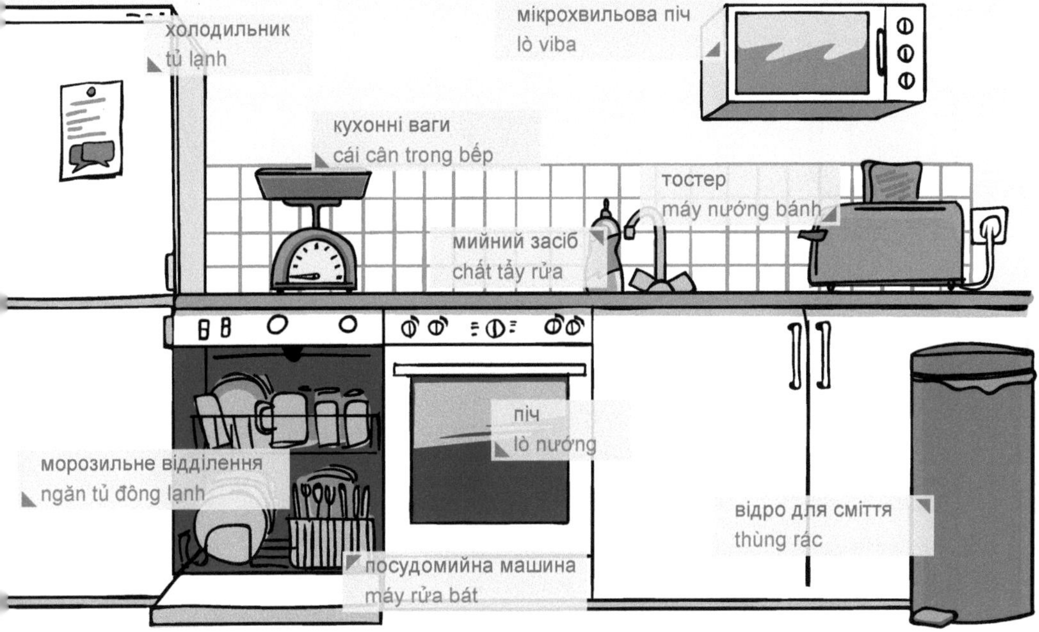

холодильник
tủ lạnh

мікрохвильова піч
lò viba

кухонні ваги
cái cân trong bếp

тостер
máy nướng bánh

мийний засіб
chất tẩy rửa

піч
lò nướng

морозильне відділення
ngăn tủ đông lạnh

відро для сміття
thùng rác

посудомийна машина
máy rửa bát

плита

lò nấu

горщик

nồi

чавунний горщик

nồi sắt

вок / кадай

chảo

сковорода

chảo

чайник

ấm đun nước

пароварка

*nồi đun hơi*

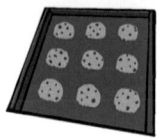

лист

*khay lò nướng*

посуд

*bát đĩa*

кухоль

*cốc*

чаша

*cái bát*

палички для їжі

*đũa*

черпак

*cái vá*

лопатка

*bàn xẻng*

вінчик для збивання

*que đánh kem*

сито

*rây dùng trong bếp*

сито

*cái rây lọc*

терка

*cái nạo*

ступка

*vữa*

барбекю

*vỉ nướng*

багаття

*ngọn lửa trần*

**дошка**

cái thớt

**качалка**

trục cán bột

**штопор**

cái mở nút chai

**конзерва**

vỏ đồ hộp

**відкривачка**

cái mở vỏ đồ hộp

**прихватки**

miếng nhấc nồi

**раковина**

bồn rửa bát

**щітка**

bàn chải

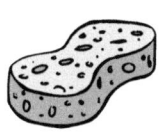

**губка**

miếng xốp

**міксер**

máy xay

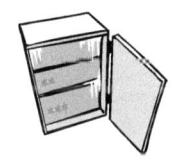

**морозильна камера**

tủ đông lạnh

**дитяча пляшка**

bình sữa cho trẻ sơ sinh

**кран**

vòi nước

# ванна кімната
# phòng tắm

душ
vòi hoa sen
опалення
lò sưởi
рушник
khăn lau
душова завіса
rèm che ngăn tắm
пiниста ванна
tắm bọt
ванна
bồn tắm
склянка
cốc thủy tinh
пральна машина
máy giặt
кран
vòi nước
плитка
gạch lát
горшок
cái bô
раковина
bồn rửa bát


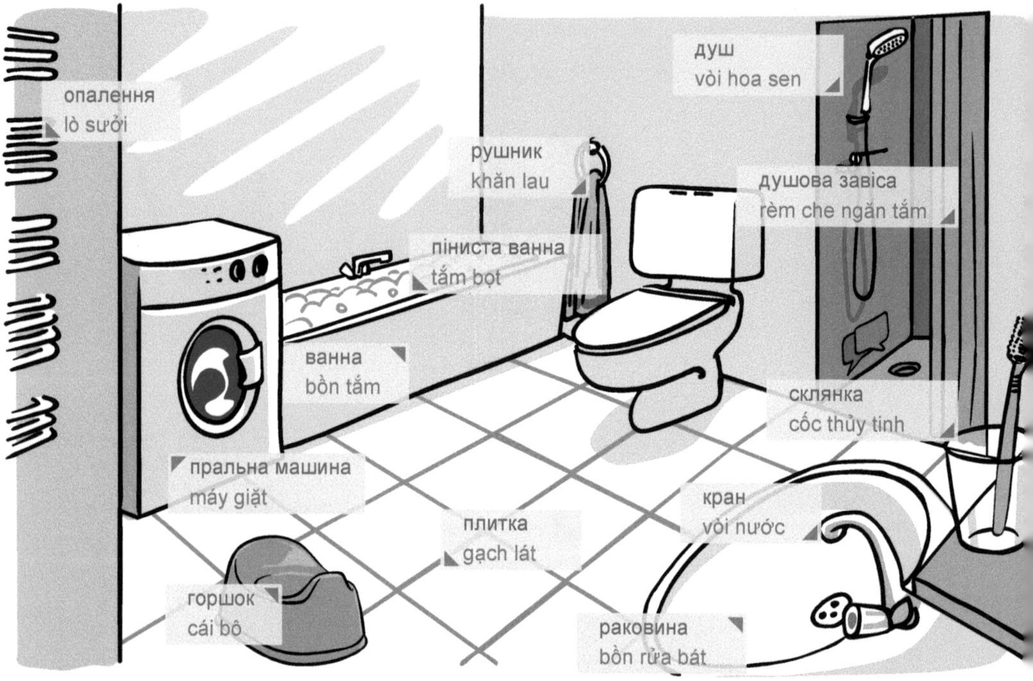

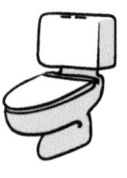

туалет

bồn cầu

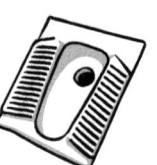

підлоговий туалет

bồn cầu ngồi xổm

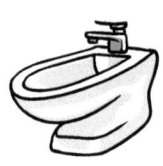

біде

bồn rửa hậu môn

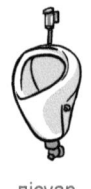

пісуар

bồn tiểu tiện

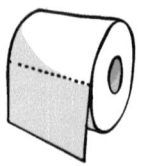

туалетний папір

giấy vệ sinh

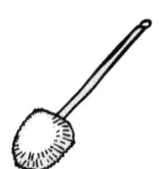

щітка для туалету

bàn chải cọ bồn cầu

зубна щітка

bàn chải đánh răng

зубна паста

kem đánh răng

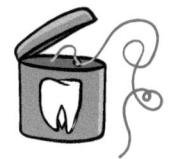

нитка для чищення зубів

chỉ nha khoa

мити

rửa

ручний душ

vòi sen cầm tay

інтимний душ

vòi rửa hậu môn

таз

bồn rửa

щітка для спини

bàn chải cọ lưng

мило

xà phòng

гель для душу

sữa tắm

шампунь

dầu gội

мочалка

khăn cọ để tắm

водостік

lỗ thoát nước

крем

kem

дезодорант

chất khử mùi

дзеркало

gương

косметичне дзеркало

gương tay

бритва

dao cạo râu

піна для гоління

kem cạo râu

лосьйон після гоління

nước thơm dùng sau khi cạo râu

гребінь

cái lược

щітка

bàn chải

фен

máy xấy tóc

лак для волосся

keo xịt tóc

косметика

đồ trang điểm

губна помада

thỏi son môi

лак для нігтів

sơn bôi móng

вата

bông

ножиці для нігтів

kéo cắt móng

парфум

nước hoa

косметичка

túi đựng đồ tắm

табурет

ghế đẩu

ваги

cái cân

халат

áo choàng tắm

гумові рукавички

găng tay làm vệ sinh

тампон

nút gạc

гігієнічні прокладки

băng vệ sinh

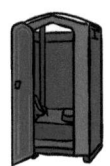

біотуалет

nhà vệ sinh hóa chất

# дитяча кімната

# phòng trẻ em

будильник
đồng hồ báo thức
м'яка іграшка
thú bông
іграшковий автомобіль
xe đồ chơi
брязкальце
cái lúc lắc
ляльковий будиночок
nhà búp bê
подарунок
món quà

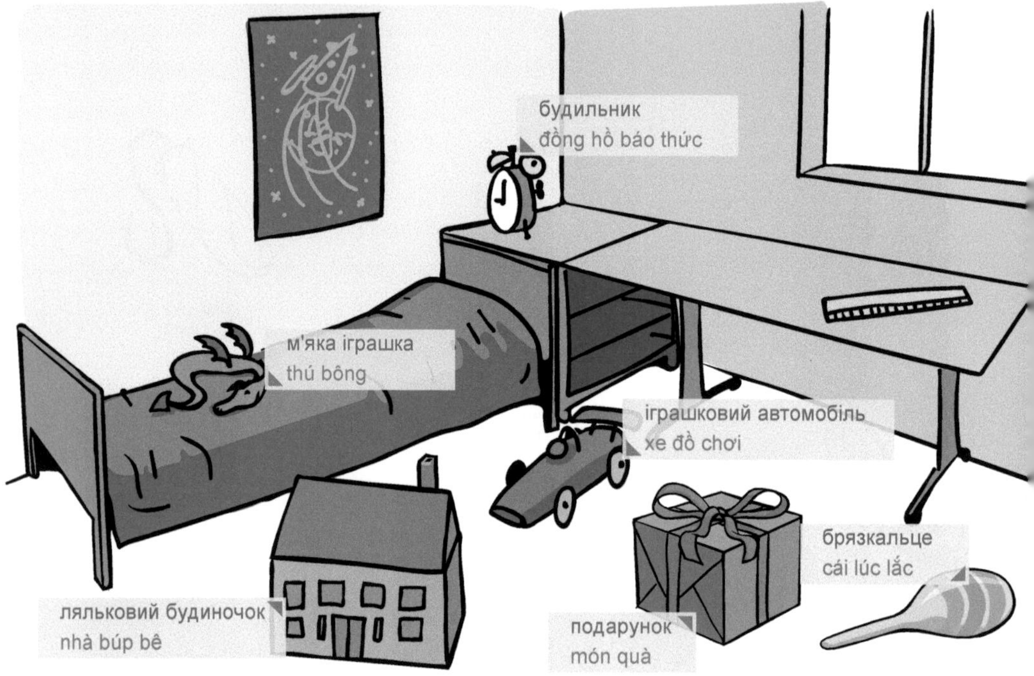

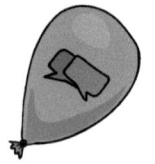

повітряна кулька

bong bóng

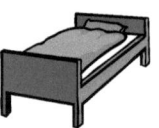

ліжко

giường

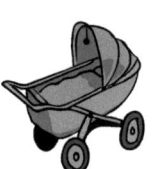

дитячий візок

xe nôi

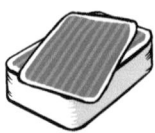

картярська гра

trò chơi bài

пазл

trò chơi ghép hình

SUPER MEGA

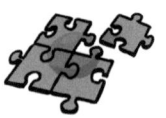

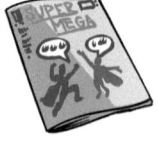

комікс

truyện tranh

лего цеглинки

gạch Lego

блоки

khối xếp hình

іграшкова фігурка

nhân vật hành động

повзунки

áo liền quần cho trẻ sơ sinh

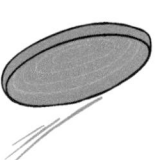

фризбі

đĩa nhựa để ném

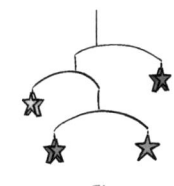

мобіле

đồ chơi treo trên giường

настільна гра

trò chơi cờ bàn

кубик

xúc xắc

модель залізнична станція

đồ chơi xe lửa mô hình

соска

ti giả

вечірка

buổi tiệc

книжка з картинками

sách tranh

м'яч

quả bóng

лялька

búp bê

грати

chơi

пісочниця

hố cát

гойдалка

cái đu

іграшка

đồ chơi

гральна консоль

máy chơi game cầm tay

триколісний велосипед

xe ba bánh

плюшевий мішка

gấu bông

шафа

tủ quần áo

## одяг

## y phục

шкарпетки

bít tất

панчохи

bít tất dài

колготки

quần tất

шарф
khăn choàng cổ

ремінь
dây thắt lưng

парасоля
ô che mưa

футболка
áp phông

кросівки
giày sneaker

чоботи
ủng

домашнє взуття
dép đi trong nhà

сандалі
dép xăng đan

взуття
giày

гумові чоботи
ủng cao su

труси
quần lót

бюстгальтер
áo ngực

нижня сорочка
áo vest

**боді**

áo ôm sát cơ thể

**штани**

quần dài

**джинси**

quần bò

**спідниця**

váy

**блузка**

áo cánh

**сорочка**

áo sơ mi

**пуловер**

áo len chui đầu

**светр**

áo len

**піджак**

áo blazer

**куртка**

áo jacket

**пальто**

áo khoác

**дощовик**

áo mưa

**костюм**

trang phục

**сукня**

áo váy

**весільна сукня**

áo cưới

костюм

бộ com lê

нічна сорочка

áo ngủ

піжама

pijama

сарі

trang phục sari

головна хустка

khăn trùm đầu

чалма

khăn đội đầu

бурка

áo burka

кафтан

áo captan

абая

áo aba

купальник

quần áo bơi

плавки

quần bơi

шорти

quần đùi

тренувальний костюм

quần áo tracksuit

фартух

tạp dề

рукавички

găng tay

гудзик

cái cúc

окуляри

kính mắt

браслет

vòng đeo tay

ланцюг

vòng cổ

кільце

nhẫn

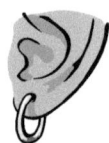

сережка

hoa tai

шапка

mũ lưỡi trai

плічка

cái mắc treo áo quần

капелюх

mũ

краватка

cà vạt

застібка-блискавка

dây kéo phéc mơ tuya

шолом

mũ bảo hiểm

підтяжки

dây đeo quần

шкільна форма

đồng phục học sinh

уніформа

đồng phục

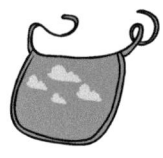

нагрудник

yếm trẻ em

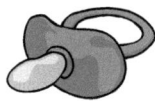

соска

ti giả

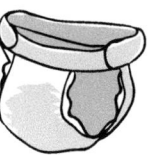

підгузок

tã lót

# офіс
# văn phòng

сервер
máy chủ
шаф для документів
tủ hồ sơ
принтер
máy in
папір
giấy
монітор
màn hình
миша
chuột máy tính
письмовий стіл
bàn làm việc
папка
thư mục
синтезатор
bàn phím
кошик для паперу
thùng rác giấy
комп'ютер
máy tính
стілець
ghế


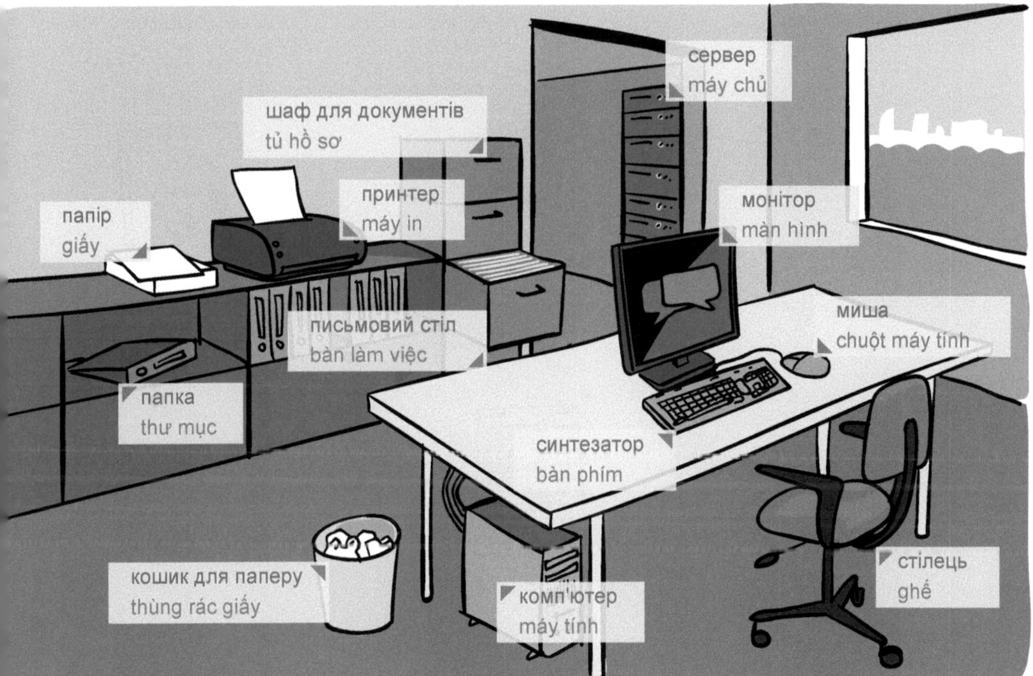

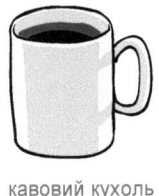

кавовий кухоль

cốc cà phê

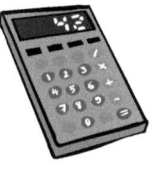

калькулятор

máy tính bỏ túi

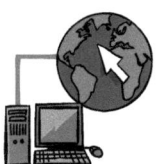

інтернет

internet

ноутбук

laptop

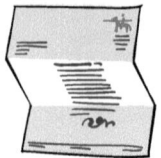

лист

thư

повідомлення

tin nhắn

мобільний телефон

điện thoại di động

мережа

mạng

копіювальний пристрій

máy photocopy

програмне забезпечення

phần mềm

телефон

điện thoại

розетка

ổ cắm điện

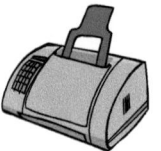

факс

máy fax

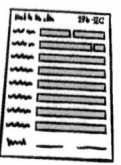

бланк

mẫu đơn

документ

chứng từ

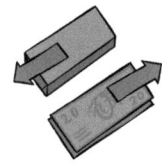

купувати

mua

платити

trả tiền

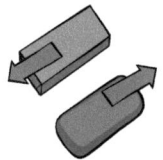

торгувати

buôn bán

гроші

tiền

USD

долар

đô la

EUR

євро

Euro

JPY

ієна

yên

RUB

рубль

rúp

CHF

франк

franc Thụy Sĩ

CNY

юанів женьміньбі

nhân dân tệ

INR

рупія

rupi

банкомат

máy rút tiền tự động

обмінний пункт

quầy đổi tiền

золото

vàng

срібло

bạc

нафта

dầu

енергія

năng lượng

ціна

giá tiền

контракт

hợp đồng

податок

thuế

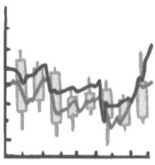

акція

cổ phiếu

працювати

làm việc

працівник

nhân viên

роботодавець

chủ lao động

фабрика

nhà máy

магазин

cửa hiệu

# професії
# nghề nghiệp

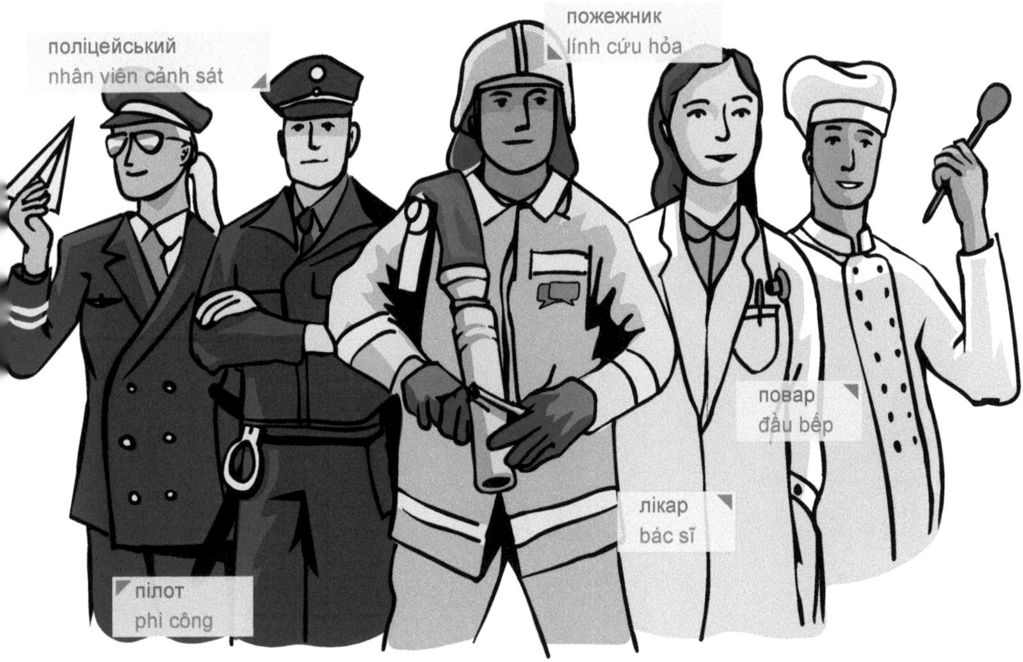
поліцейський
nhân viên cảnh sát
пожежник
lính cứu hỏa
повар
đầu bếp
лікар
bác sĩ
пілот
phi công

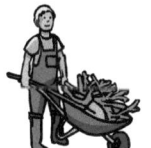

садівник

người làm vườn

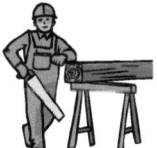

столяр

thợ mộc

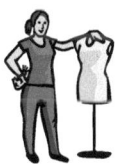

швачка

thợ may

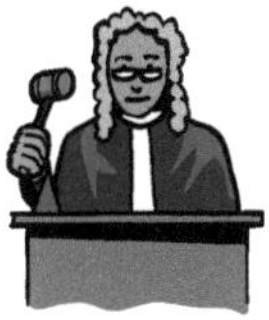

суддя

chánh án

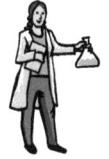

хімік

nhà hóa học

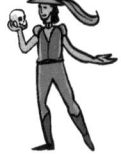

актор

diễn viên

водій автобуса

tài xế xe buýt

таксист

người lái taxi

рибалка

ngư dân

прибиральниця

người lau dọn vệ sinh

покрівельник

thợ lợp mái nhà

офіціант

bồi bàn

мисливець

thợ săn

художник

họa sĩ

пекар

thợ làm bánh

електрик

thợ điện

будівельник

thợ xây dựng

інженер

kỹ sư

забійник

người hàng thịt

бляхар

thợ sửa ống nước

листоноша

người đưa thư

**солдат**

người lính

**архітектор**

kiến trúc sư

**касир**

nhân viên thu ngân

**флорист**

người bán hoa

**перукар**

thợ cắt tóc

**кондуктор**

nhân viên soát vé

**механік**

thợ cơ khí

**капітан**

thuyền trưởng

**дантист**

nha sĩ

**вчений**

nhà khoa học

**рабин**

giáo sĩ Do thái

**імам**

lãnh tụ Hồi giáo

**монах**

nhà sư

**пастор**

mục sư

# інструменти

# dụng cụ

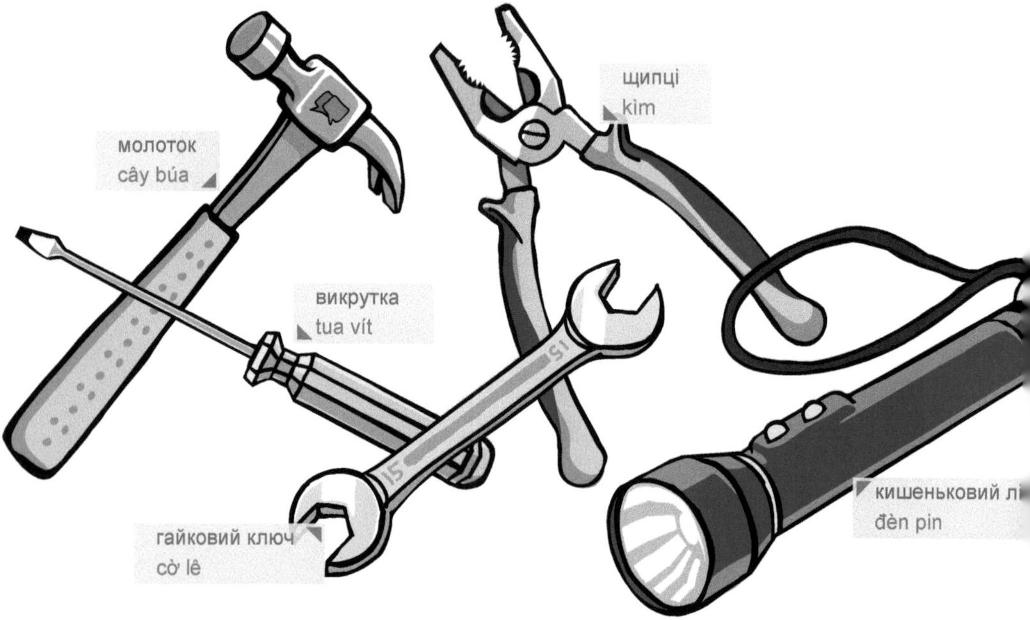

щипці
kìm
молоток
cây búa
викрутка
tua vít
кишеньковий лі
đèn pin
гайковий ключ
cờ lê


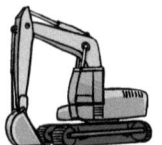

екскаватор

máy xúc đất

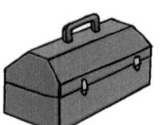

ящик для інструментів

hộp dụng cụ

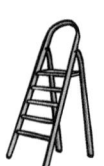

драбина

cái thang

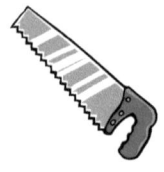

пилка

cưa

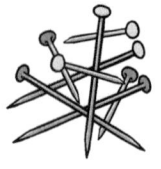

цвяхи

đinh

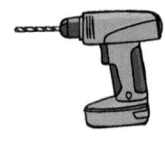

свердло

máy khoan

ремонтувати

sửa chữa

лопата

cái xẻng

лайно!

khốn nạn!

совок

cái hót rác

відро з фарбою

thùng sơn

гвинти

vít

## музичні інструменти
## nhạc cụ

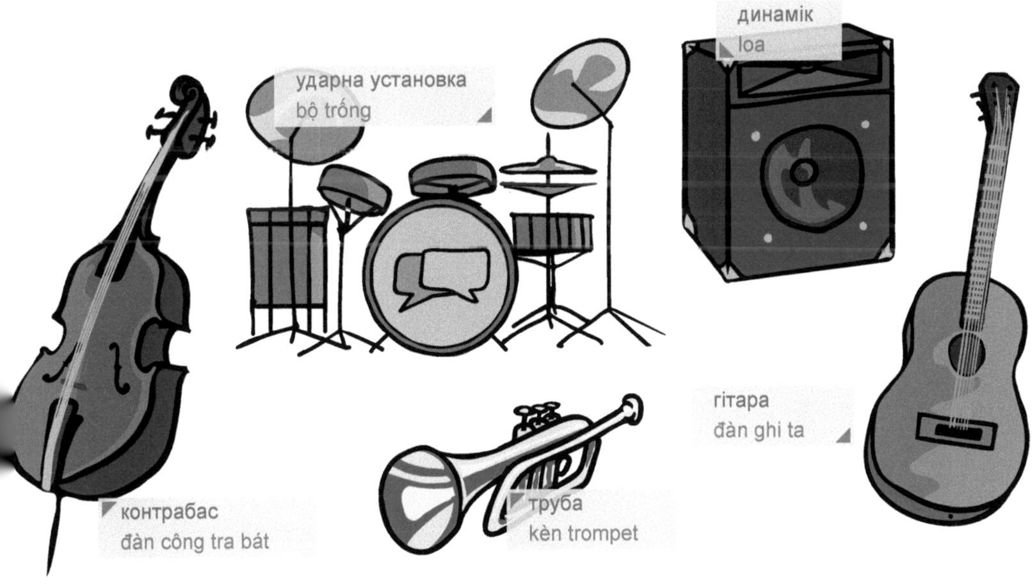

динамік
loa

ударна установка
bộ trống

гітара
đàn ghi ta

контрабас
đàn công tra bát

труба
kèn trompet

фортепіано

đàn piano

скрипка

đàn vĩ cầm

бас

ghi ta bass

литаври

trống định âm

барабан

trống

клавіатура

đàn organ

саксофон

kèn Saxophone

флейта

sáo

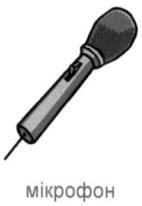

мікрофон

micro

# зоопарк
# vườn bách thú

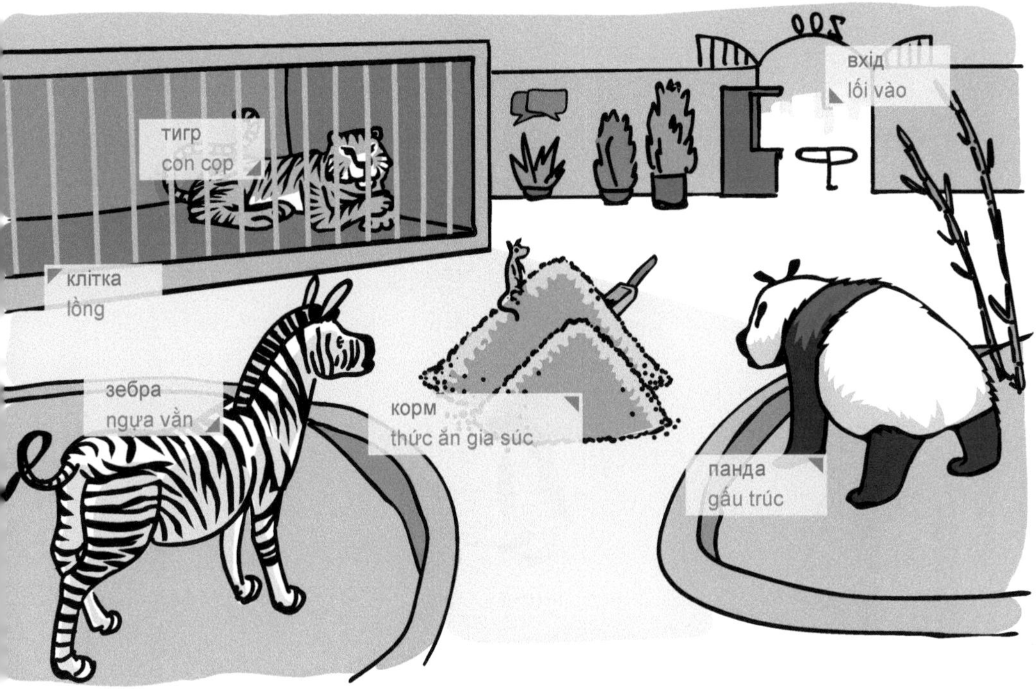
вхід
lối vào
тигр
con cọp
клітка
lồng
зебра
ngựa vằn
корм
thức ăn gia súc
панда
gấu trúc

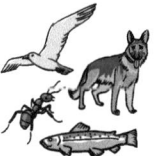

тварини

động vật

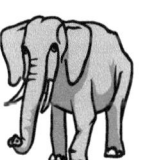

слон

con voi

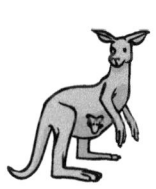

кенгуру

chuột túi

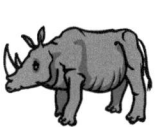

носоріг

tê giác

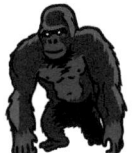

горила

khỉ đột

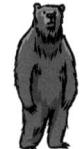

ведмідь

con gấu

верблюд

lạc đà

страус

đà điểu

лев

sư tử

мавпа

con khỉ

фламінго

hồng hạc

папуга

con vẹt

білий ведмідь

gấu bắc cực

пінгвін

chim cánh cụt

акула

cá mập

павич

con công

змія

con rắn

крокодил

cá sấu

працівник зоопарку

người trông giữ vườn bách thú

тюлень

hải cầu

ягуар

báo đốm

поні

ngựa lùn

леопард

con báo

гіпопотам

hà mã

жираф

hươu cao cổ

орел

đại bàng

кабан

heo rừng

риба

cá

черепаха

con rùa

морж

hải mã

лисиця

con cáo

газель

linh dương

американський футбол
bóng bầu dục Mỹ

їзда на велосипеді
đua xe đạp

теніс
quần vợt

баскетбол
bóng rổ

плавання
bơi

бокс
đấm bốc

хокей
khúc côn cầu trên băng

футбол
bóng đá

бадмінтон
cầu lông

легка атлетика
điền kinh

гандбол
bóng ném

лижні перегони
trượt tuyết

поло
polo

# дії

# các hoạt động

стрибати
nhảy
обіймати
ôm
сміятися
cười
йти
đi bộ
співати
ca hát
мріяти
mơ
молитися
cầu nguyện
цілувати
hôn


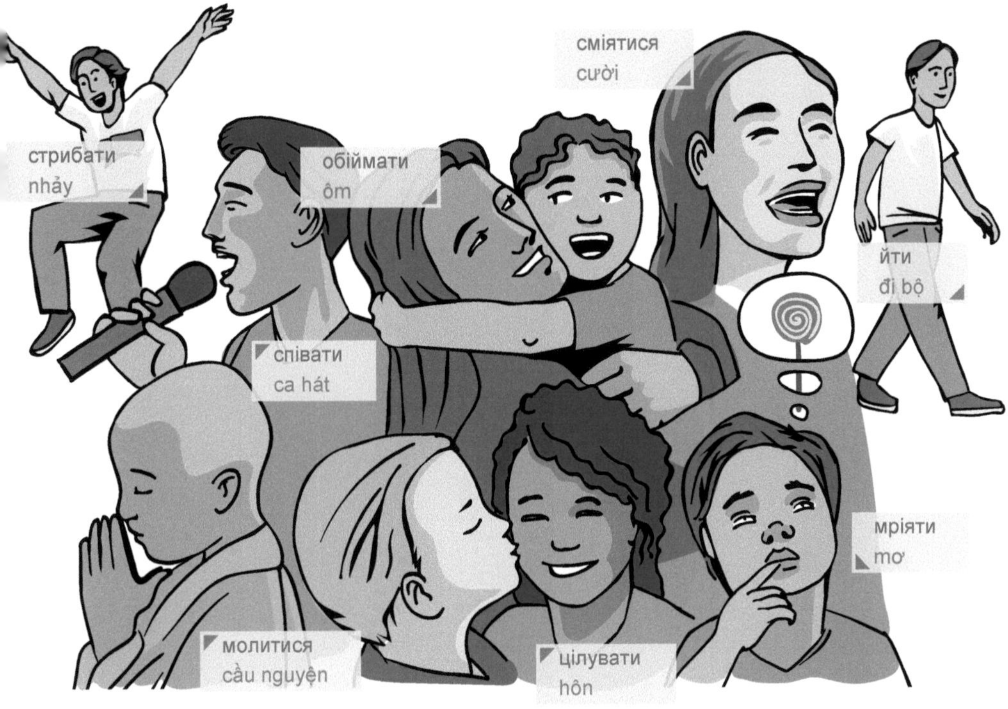

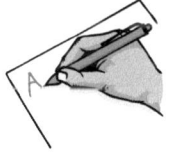

писати

viết

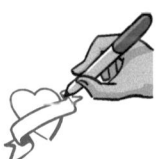

малювати

vẽ

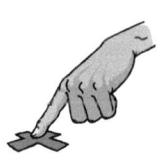

показувати

chỉ trỏ

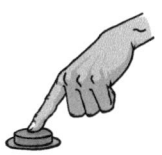

тиснути

đẩy

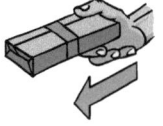

давати

cho

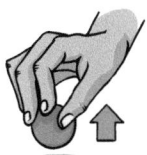

брати

lấy đi

мати

có

робити

làm

бути

thì / là

стояти

đứng

бігати

chạy

тягнути

kéo

кидати

ném

падати

rơi

лежати

nằm

очікувати

chờ đợi

носити

mang vác

сидіти

ngồi

одягати

mặc quần áo

спати

ngủ

просипатися

thức dậy

дивитися

xem

плакати

khóc

гладити

vuốt ve

розчісувати

chải

розмовляти

nói chuyện

розуміти

hiểu

питати

câu hỏi

слухати

nghe

пити

uống

їсти

ăn

прибирати

dọn dẹp

любити

yêu

варити

nấu nướng

їхати

lái xe

літати

bay

йти під вітрилом

đi thuyền buồm

рахувати

tính toán

читати

đọc

вчитися

học

працювати

làm việc

одружуватися

cưới

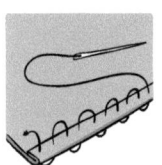

шити

khâu vá

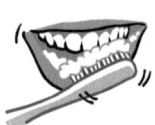

чистити зуби

đánh răng

убивати

giết

курити

hút thuốc

посилати

gửi đi

# сім'я

# gia đình

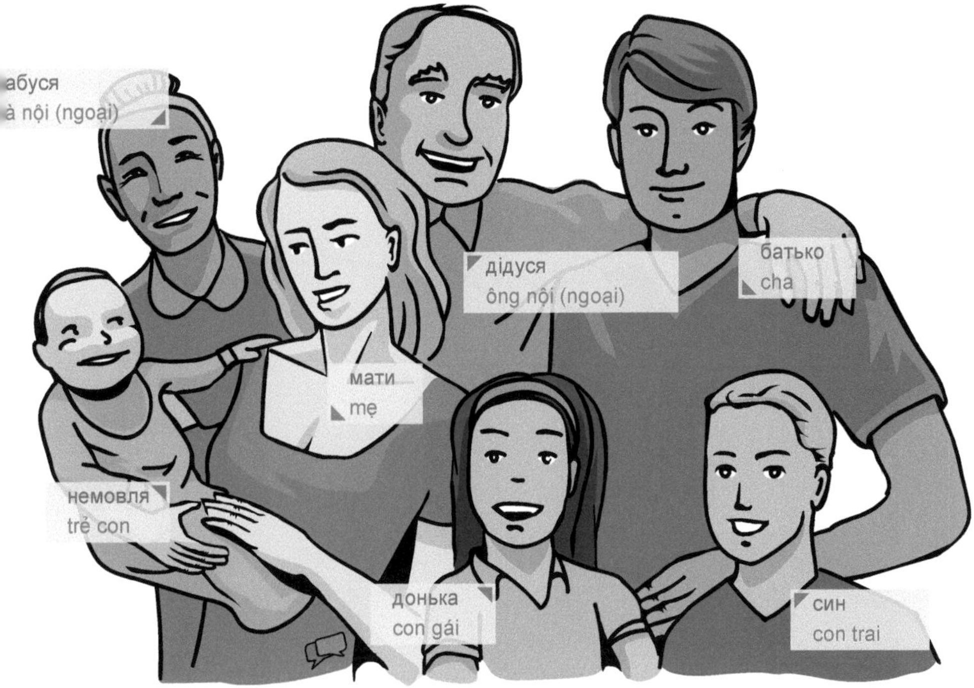
абуся
à nội (ngoại)
дідуся
ông nội (ngoại)
батько
cha
мати
mẹ
немовля
trẻ con
донька
con gái
син
con trai

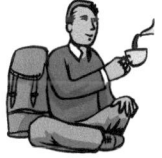

гість

khách

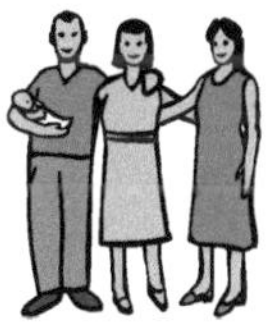

тітка

cô (dì)

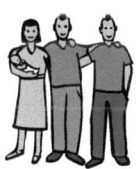

дядько

chú, bác (cậu)

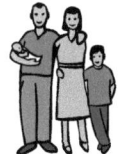

брат

anh (em) trai

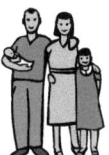

сестра

chị (em) gái

# тіло

## cơ thể

чоло
trán
око
mắt
обличчя
mặt
підборіддя
cằm
груди
ngực
палець
ngón tay
кисть
bàn tay
рука
cánh tay
плече
vai
нога
chân


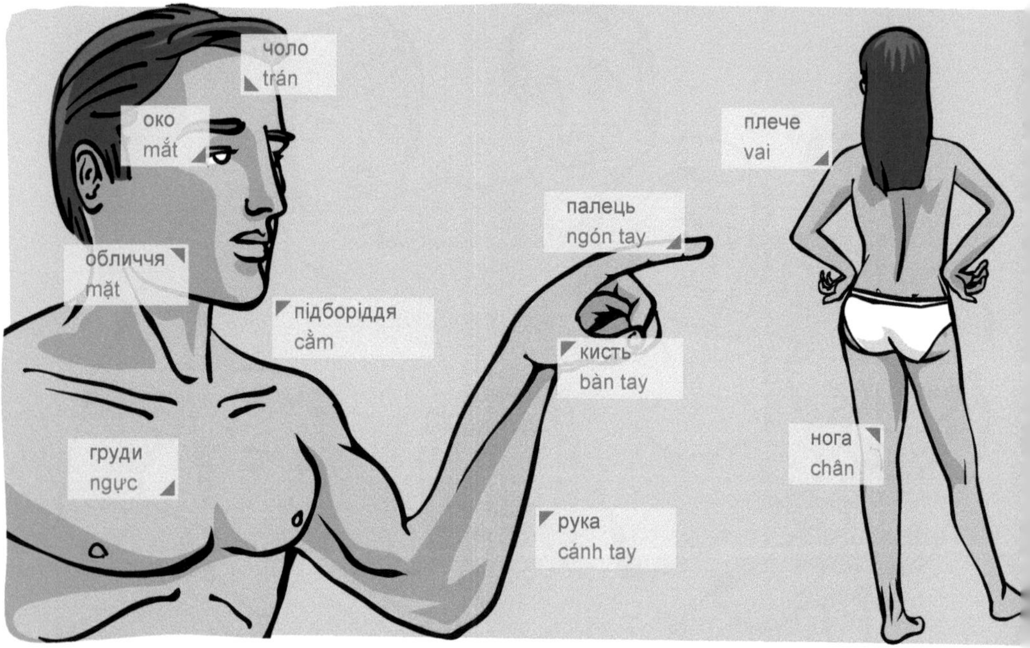

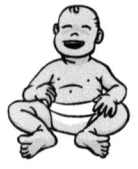

немовля

trẻ con

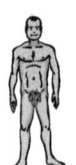

чоловік

đàn ông

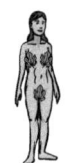

жінка

phụ nữ

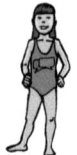

дівчина

bé gái

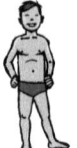

хлопчик

bé trai

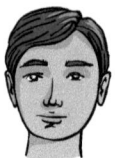

голова

đầu

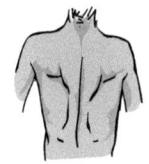

спина

лунг

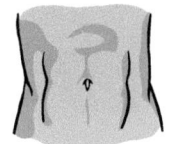

живіт

bụng

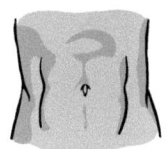

пуп

rốn

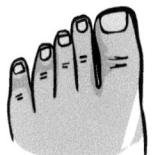

палець ноги

ngón chân

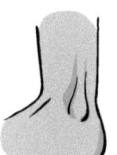

п'ята

gót chân

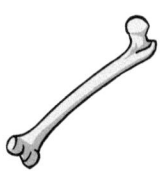

кістка

xương

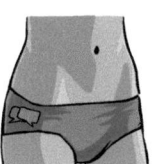

стегно

hông

коліно

đầu gối

лікоть

khuỷu tay

ніс

mũi

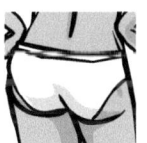

сідниці

mông

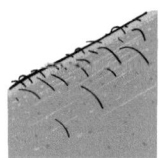

шкіра

da

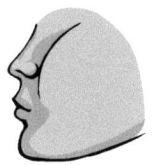

щока

má

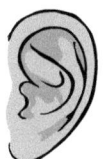

вухо

tai

губа

môi

рот

miệng

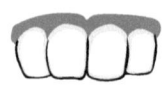

зуб

răng

язик

lưỡi

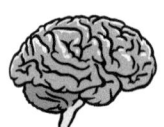

мозок

não

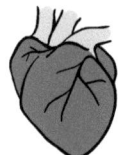

серце

tim

м'яз

cơ bắp

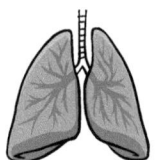

легені

phổi

печінка

gan

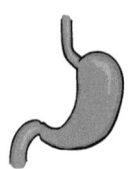

шлунок

dạ dày

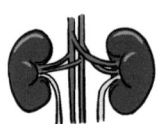

нирки

thận

статевий акт

giao hợp

презерватив

bao cao su

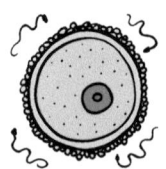

яйцеклітина

noãn

сперма

tinh dịch

вагітність

mang thai

тіло - cơ thể

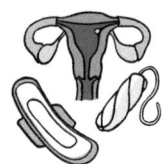

менструація
................
kinh nguyệt

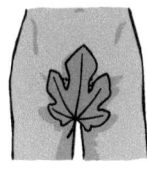

вагіна
................
âm vật

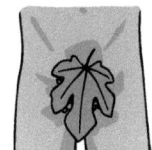

пеніс
................
dương vật

брова
................
lông mày

волосся
................
tóc

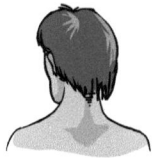

шия
................
cổ

# лікарня
# bệnh viện

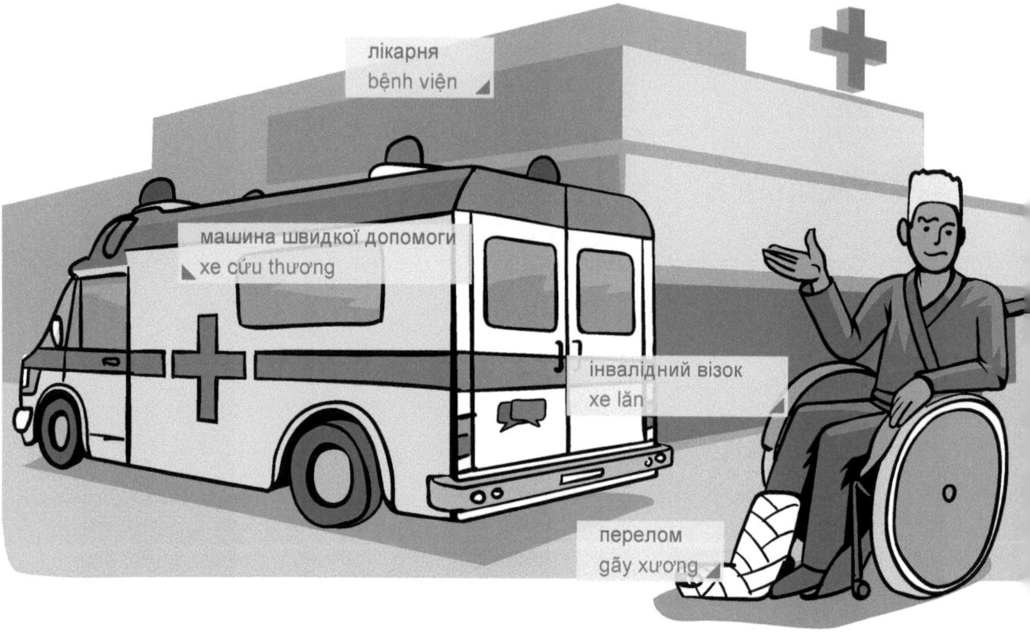

лікарня
bệnh viện
машина швидкої допомоги
xe cứu thương
інвалідний візок
xe lăn
перелом
gãy xương

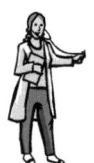

лікар

bác sĩ

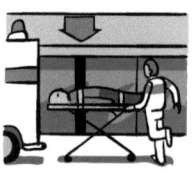

відділення швидкої медичної допомоги

phòng cấp cứu

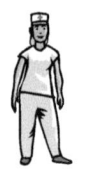

медсестра

y tá

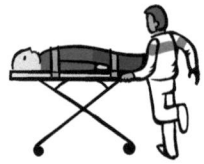

аварійний випадок

cấp cứu

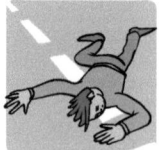

непритомний

bất tỉnh

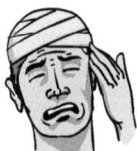

біль

cơn đau

травма
bị thương

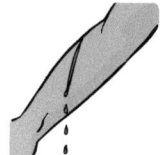

кровотеча
chảy máu

інфаркт
nhồi máu cơ tim

інсульт
đột quỵ

алергія
dị ứng

кашель
ho

лихоманка
sốt

грип
cúm

пронос
tiêu chảy

головна біль
đau đầu

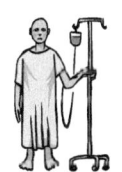

рак
ung thư

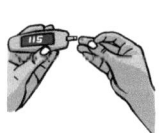

діабет
bệnh tiểu đường

хірург
bác sĩ phẫu thuật

скальпель
dao mổ

операція
giải phẫu

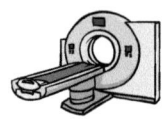

КТ

chụp cắt lớp

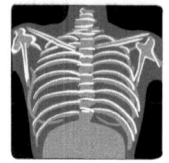

рентген

chụp x-quang

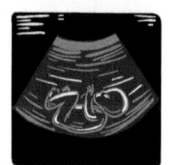

ультразвук

siêu âm

маска

mặt nạ

хвороба

bệnh

зал очікування

phòng đợi

милиця

cái nạng

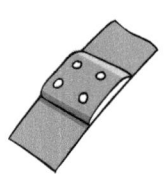

пластир

băng dán vết thương

пов'язка

băng bó

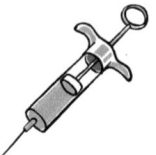

ін'єкція

tiêm thuốc

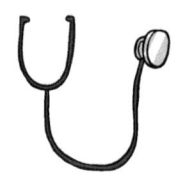

стетоскоп

ống nghe khám bệnh

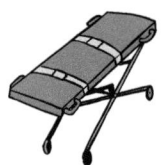

ноші

băng ca

термометр

nhiệt kế

народження

sinh đẻ

надмірна вага

thừa cân

слуховий апарат

máy trợ thính

дезінфікуючий засіб

chất khử trùng

інфекція

nhiễm trùng

вірус

vi rút

ВІЛ / СНІД

HIV / AIDS

медицина

thuốc

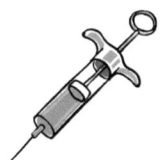

вакцинація

tiêm chủng

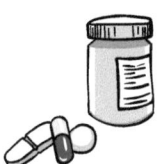

таблетки

thuốc viên

протизаплідна пігулка

viên thuốc

екстрений виклик

gọi cấp cứu

тонометр

máy đo huyết áp

хворий / здоровий

bệnh / khỏe mạnh

Допоможіть!

cứu!

сигнал тривоги

báo động

напад

cuộc đột kích

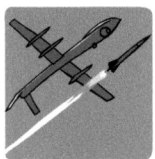

атака

sự tấn công

небезпека

mối nguy hiểm

аварійний вихід

lối thoát hiểm

Вогонь!

cháy!

вогнегасник

bình chữa cháy

аварія

tai nạn

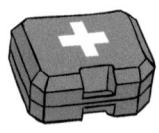

аптечка

bộ dụng cụ sơ cứu

СОС

SOS

поліція

cảnh sát

Європа

châu Âu

Північна Америка

Bắc Mỹ

Південна Америка

Nam Mỹ

Африка

châu Phi

Азія

châu Á

Австралія

châu Úc

Атлантика

Đại Tây Dương

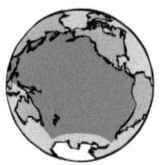

Тихий океан

Thái Bình Dương

Індійський океан

Ấn Độ Dương

Антарктичний океан

Nam Cực Dương

Північний Льодовитий
океан

Bắc Băng Dương

Північний полюс

bắc cực

Південний полюс

nam cực

Антарктика

nam cực

Земля

trái đất

суша

đất liền

море

biển

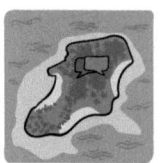

острів

đảo

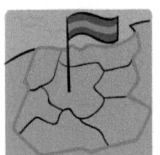

нація

quốc gia

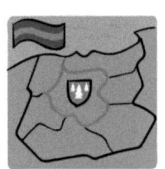

держава

nhà nước

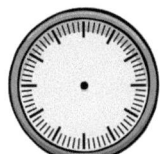

циферблат

mặt đồng hồ

годинникова стрілка

kim chỉ giờ

хвилинна стрілка

kim chỉ phút

секундна стрілка

kim chỉ giây

Котра година?

Bây giờ là mấy giờ?

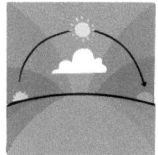

день

ngày

час

thời gian

зараз

bây giờ

цифровий годинник

đồng hồ điện tử

хвилина

phút

година

giờ

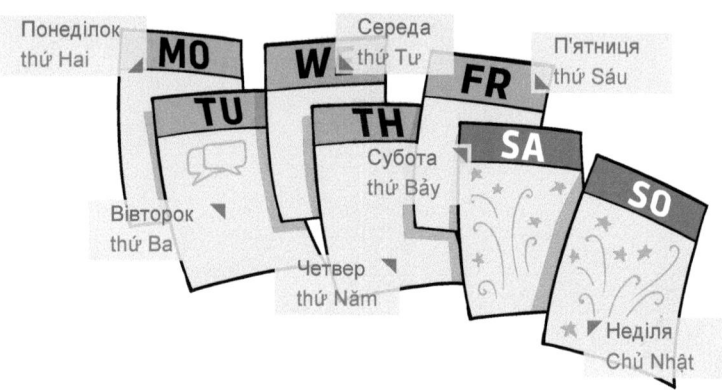

Понеділок
thứ Hai

Середа
thứ Tư

П'ятниця
thứ Sáu

Вівторок
thứ Ba

Субота
thứ Bảy

Четвер
thứ Năm

Неділя
Chủ Nhật

вчора

hôm qua

сьогодні

hôm nay

завтра

ngày mai

ранок

buổi sáng

опівдні

buổi trưa

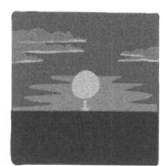

вечір

buổi tối

робочі дні

ngày làm việc

кінець робочого тижня

cuối tuần

# рік

# năm

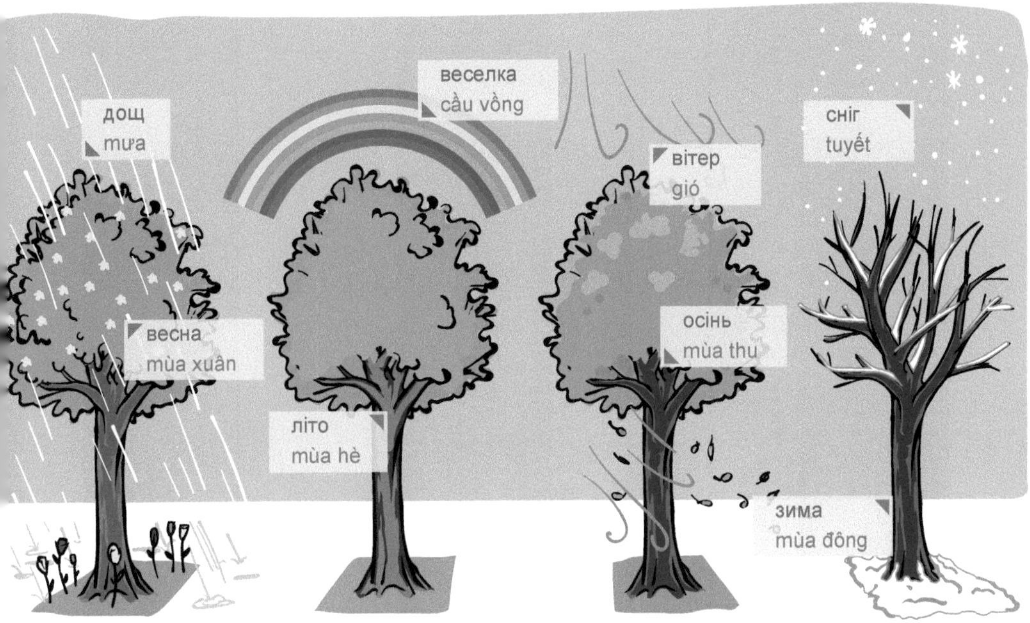
дощ
mưa
веселка
cầu vồng
вітер
gió
сніг
tuyết
весна
mùa xuân
осінь
mùa thu
літо
mùa hè
зима
mùa đông

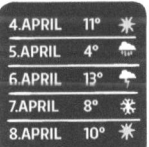

4.APRIL 11°
5.APRIL 4°
6.APRIL 13°
7.APRIL 8°
8.APRIL 10°

прогноз погоди

dự báo thời tiết

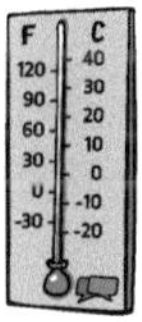
F
C
120
90
60
30
0
-30
40
30
20
10
0
-10
-20

термометр

nhiệt kế

сонячне світло

ánh nắng

хмара

mây

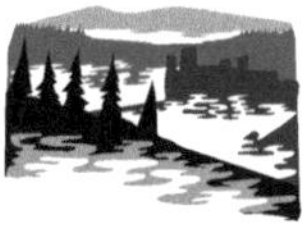

туман

sương mù

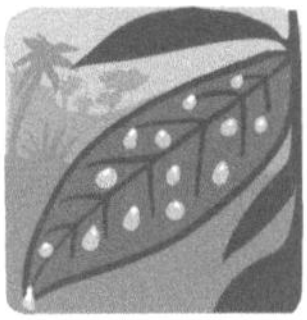

вологість повітря

độ ẩm không khí

блискавка

tia chớp

грім

sấm sét

шторм

cơn bão

град

mưa đá

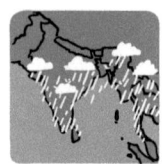

мусон

gió mùa

повінь

lũ lụt

лід

nước đá

Січень

tháng Một

Лютий

tháng Hai

Березень

tháng Ba

Квітень

tháng Tư

Травень

tháng Năm

Червень

tháng Sáu

Липень

tháng Bảy

Серпень

tháng Tám

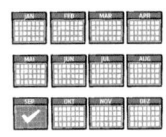

**Вересень**

tháng Chín

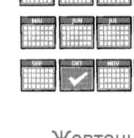

**Жовтень**

tháng Mười

**Листопад**

tháng Mười Một

**Грудень**

tháng Mười Hai

## форми
## hình dạng

**круг**

hình tròn

**квадрат**

hình vuông

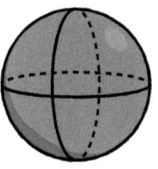

**прямокутник**

hình chữ nhật

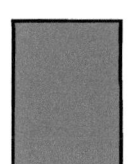

**трикутник**

hình tam giác

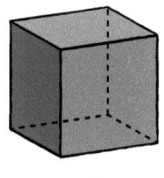

**куля**

hình cầu

**куб**

khối vuông

**білий**

màu trắng

**жовтий**

màu vàng

**помаранчевий**

màu cam

**рожевий**

màu hồng

**червоний**

màu đỏ

**фіолетовий**

màu tím

**синій**

màu xanh dương

**зелений**

màu xanh lá cây

**коричневий**

màu nâu

**сірий**

màu xám

**чорний**

màu đen

багато / мало

nhiều / ít

лютий / мирний

tức tối / điềm tĩnh

гарний / бридкий

xinh đẹp / xấu xí

початок / кінець

bắt đầu / kết thúc

великий / малий

to / nhỏ

світлий / темний

sáng / tối

брат / сестра

anh (em) trai / chị (em) gái

чистий / брудний

sạch / bẩn

завершений /
незавершений
đủ / thiếu

день / ніч

ngày / đêm

мертвий / живий

chết / sống

широкий / вузький

rộng / chật hẹp

їстівний / неїстівний

ăn được / không ăn được

злий / дружній

ác / tử tế

збуджений / нудьгуючий

hào hứng / chán nản

товстий / тонкий

béo / gầy

спочатку / востаннє

đầu tiên / cuối cùng

друг / ворог

bạn / thù

повний / порожній

đầy / rỗng

жорсткий / м'який

cứng / mềm

важкий / легкий

nặng / nhẹ

голод / спрага

đói / khát

хворий / здоровий

bệnh / khỏe mạnh

незаконний / законний

bất hợp pháp / hợp pháp

розумний / дурний

thông minh / ngu

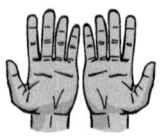

вліво / вправо

trái / phải

поруч / далеко

gần / xa

новий / використаний

mới / cũ

нічого / щось

không có gì cả / có cái gì đó

старий / молодий

già / trẻ

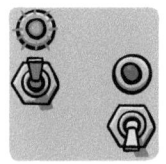

вкл / викл

bật / tắt

відкрито / закрито

mở / đóng

тихо / гучно

im lặng / ồn ào

багатий / бідний

giàu / nghèo

правильно / неправильно

đúng / sai

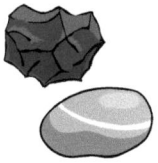

шорсткий / гладкий

sần sùi / mịn màng

сумний / щасливий

buồn / vui

короткий / довгий

ngắn / dài

повільно / швидко

chậm / nhanh

вологий / сухий

ẩm ướt / khô ráo

гарячий / холодний

ấm áp / mát mẻ

війна / мир

chiến tranh / hòa bình

**0**

нуль

số không

**1**

один

một

**2**

два

hai

**3**

три

ba

**4**

чотири

bốn

**5**

п'ять

năm

**6**

шість

sáu

**7**

сім

bảy

**8**

вісім

tám

**9**

дев'ять

chín

**10**

десять

mười

**11**

одинадцять

mười một

## 12

дванадцять

mười hai

## 13

тринадцять

mười ba

## 14

чотирнадцять

mười bốn

## 15

п'ятнадцять

mười lăm

## 16

шістнадцять

mười sáu

## 17

сімнадцять

mười bảy

## 18

вісімнадцять

mười tám

## 19

дев'ятнадцять

mười chín

## 20

двадцять

hai mươi

## 100

сто

một trăm

## 1.000

тисяча

một ngàn

## 1.000.000

мільйон

một triệu

англійська

tiếng Anh

американська англійська

tiếng Anh Mỹ

китайська високочиновницька

tiếng Quan Thoại

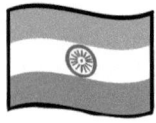

хінді

tiếng Hin-di

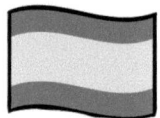

іспанська

tiếng Tây Ban Nha

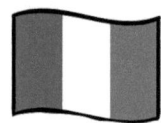

французька

tiếng Pháp

арабська

tiếng Ả-rập

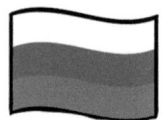

російська

tiếng Nga

португальська

tiếng Bồ Đào Nha

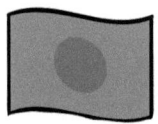

бенгальська

tiếng Bengal

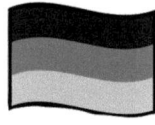

німецька

tiếng Đức

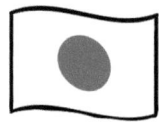

японська

tiếng Nhật

я
tôi

ти
bạn

він / вона / воно
anh ta / cô ta / nó

ми
chúng tôi

ви
các bạn

вони
họ

хто?
ai?

що?
cái gì?

як?
như thế nào?

де?
ở đâu?

коли?
lúc nào?

ім'я
tên

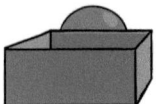

ззаду

phía sau

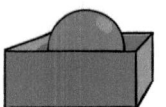

в

ở trong

перед

phía trước

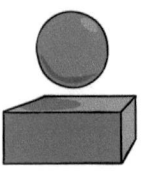

над

phía trên

на

ở trên

під

ở dưới

біля

bên cạnh

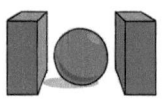

між

ở giữa

місце

chỗ